Philosophical Progressions: Mapping the Evolution of Thought and Ideas

తాత్విక పరిణామాలు: ఆలోచనలు మరియు ఆదర్శాల పరిణామం యొక్క మ్యాపింగ్

Devansh Gupta

Copyright © [2023]

**Title: Philosophical Progressions: Mapping the
Evolution of Thought and Ideas
Author's: Devansh Gupta**

This book was printed and published by [Publisher's: **Devansh Gupta**] in [2023]

ISBN:

TABLE OF CONTENT

Define philosophy and its core questions.

Explore the history of philosophy as a journey of intellectual exploration.

Introduce the concept of "progressions" and its significance in understanding the evolution of thought.

Briefly preview the upcoming chapters and their focus areas.

Examine the philosophical landscape of ancient civilizations like Mesopotamia, Egypt, Greece, China, and India.

Discuss key thinkers and schools of thought like Socrates, Plato, Aristotle, Confucius, Lao Tzu, and the Upanishads.

Analyze the emergence of fundamental philosophical concepts like metaphysics, ethics, logic, and epistemology.

- Explore the development of philosophy in the medieval period, shaped by the rise of Christianity, Islam, and other religious traditions.

- Discuss the integration of faith and reason in the works of thinkers like Augustine, Aquinas, Avicenna, and Averroes.

- Analyze the emergence of new philosophical currents like scholasticism and mysticism.

- Investigate the intellectual revolution of the Renaissance, marked by the rediscovery of ancient Greek and Roman philosophy.

- Discuss the contributions of figures like Humanists, Machiavelli, Erasmus, and Montaigne.

- Analyze the shift towards anthropocentrism, empiricism, and skepticism.

Summarize the key insights gained from the exploration of philosophical progressions.

Reiterate the significance of continuous intellectual inquiry and critical thinking.

Encourage readers to embark on their own philosophical journeys and engage with the enduring questions of existence.

అధ్యాయం 2: పురాతన పునాదులు - ఆలోచనల విత్తులు

మెసపొటేమియా, ఈజిప్ట్, గ్రీస్, చైనా, భారతదేశం వంటి పురాతన నాగరికతల ఘనతత్వ భూమికను పరిశీలిద్దాం.

సోక్రటీస్, ప్లేటో, అరిస్టాటిల్, కంఫ్యూషియస్, లావో ట్జు, ఉపనిషత్తులు వంటి కీలక ఆలోచనాపరులు మరియు వారి పాఠశాలలను చర్చిద్దాం.

మెటాఫిజిక్స్, నీతి, తర్కశాస్త్రం, జ్ఞానమీమాంస వంటి ప్రాథమిక ఘనతత్వ భావనల ఆవిర్భావాన్ని విశ్లేషిద్దాం.

అధ్యాయం 3: మధ్యయుగ పరివర్తనలు - విశ్వాసం మరియు కారణం యొక్క సంభాషణ

క్రైస్తవ మతం, ఇస్లాం, మరియు ఇతర మత సంప్రదాయాల పెరుగుదల ద్వారా ఆకారం పొందిన మధ్యయుగంలో ఘనతత్వం ఎలా అభివృద్ధి చెందిందో పరిశీలిద్దాం.

ఆగస్టిన్, అక్వినాస్, అవిసెన్నా, అవెర్రోయెస్ వంటి ఆలోచనాపరుల రచనలలో విశ్వాసం మరియు కారణం ఎలా కలిసిపోయాయో చర్చిద్దాం.

స్కాలాస్టిసిజం మరియు మిస్టిసిజం వంటి కొత్త ఘనతత్వ ప్రవాహల ఆవిర్భావాన్ని విశ్లేషిద్దాం.

అధ్యాయం 4: పునరుజ్జీవనం యొక్క పునర్జన్మ - పురాతన ప్రపంచాన్ని పునరావిష్కరించడం

- పురాతన గ్రీక్ మరియు రోమన్ ఘనతత్వం పునరావిష్కరణతో ముద్రించబడిన పునరుజ్జీవనం యొక్క మేధోపరమైన విప్లవాన్ని పరిశోధిద్దాం.

- హ్యూమనిస్టులు, మకియావెల్లి, ఎరాస్మస్, మొంటైగ్నే వంటి వ్యక్తుల సహకారాలను చర్చిద్దాం.

- మానవకేంద్రీకృతం, అనుభవవాదం, అనుమానం వైపు మరింత మొగ్గిన విధానాన్ని విశ్లేషిద్దాం.

అధ్యాయం 5: జ్ఞానోదయ స్ఫూర్తి - కారణం పగ్గాలు చేస్తుంది

- జ్ఞానోదయ యుగంలో ఘనతత్వం ఎలా ఉబ్బివిరిసిందో, కారణం మరియు విమర్శనాత్మక ఆలోచనల ప్రాముఖ్యతను తెలుసుకుందాం.

- లాక్, హ్యూమ్, కాంట్, వోల్టేర్, రూసో వంటి ప్రముఖ ఆలోచనాపరుల రచనలను చర్చిద్దాం.

- సహజ హక్కులు, సామాజిక ఒప్పందం, శాస్త్రీయ పురోగతి వంటి భావనల పెరుగుదలను విశ్లేషిద్దాం.

అధ్యాయం 6: రోమాంటిక్ ప్రతిచర్యలు - భావోద్వేగాలు మరియు వ్యక్తిత్వం

జ్ఞానోదయానికి వ్యతిరేకంగా వచ్చిన రోమాంటిక్ ఉద్యమాన్ని పరిశీలిద్దాం, భావోద్వేగాలు, ఊహ, వ్యక్తిత్వం యొక్క ప్రాముఖ్యతను తెలుసుకుందాం.

హెగెల్, షెల్లింగ్, కియర్కెగార్డ్, నీచే వంటి ఆలోచనాపరుల రచనలను చర్చిద్దాం.

వ్యక్తిగతత్వం, ఉనికివాదం, వాస్తవికత స్వభావం వంటి అంశాలను విశ్లేషిద్దాం.

అధ్యాయం 7: ఆధునిక సందిగ్ధత - విభజన మరియు సవాళ్లు

20వ మరియు 21వ శతాబ్దాలలోని విభిన్నమైన మరియు తరచుగా విరుద్ధమైన ఘనతత్వ ప్రవాహాలను పరిశీలిద్దాం.

ఉనికివాదం, పరామర్శశాస్త్రం, విశ్లేషణాత్మక ఘనతత్వం, స్త్రీవాదం, పోస్ట్‌కాలనీవాదం, పర్యావరణవాదం వంటి ఉద్యమాలను చర్చిద్దాం.

సాంకేతిక పురోగతి, గ్లోబలీకరణ, పర్యావరణ సంక్షోభాలు వంటి సమస్యలు ఎలాంటి సవాళ్లు విసురుతున్నాయో విశ్లేషిద్దాం.

అధ్యాయం 8: భవిష్యత్ దృశ్యాలు - కొత్త ధోరణులు మరియు అవకాశాలు

* వేగవంతమైన మార్పు మరియు అనిశ్చితి ముందు ఘనతత్వం యొక్క భవిష్యత్ దిశలను ఊహిద్దాం.

* కృత్రిమ మేధస్సు మరియు బయోఎకాలజీ వంటి కొత్త సాంకేతికతలు ఘనతత్వ పరిశోధనపై ఎలాంటి ప్రభావం చూపుతాయో చర్చిద్దాం.

* బయోఎథిక్స్, పోస్ట్‌హ్యూమనిజం, మారుతున్న ప్రపంచంలో అర్థం కోసం శోధన వంటి కొత్త దృష్టికోణాలను అన్వేషిద్దాం.

అధ్యాయం 9: నిర్ణయం: నిరంతర అన్వేషణ కొనసాగుతుంది

* ఘనతత్వ పరిణామాల యాత్రలో మనం నేర్చుకున్న ప్రధాన పాఠాలను సంగ్రహపరుద్దాం.

* నిరంతర మేధోపరిశోధన మరియు విమర్శనాత్మక ఆలోచనల ప్రాముఖ్యతను మరింత ఇగిరితీద్దాం.

* పాఠకులు తమ స్వంత ఘనతత్వ ప్రయాణాన్ని ప్రారంభించి, ఉనికి యొక్క శాశ్వత ప్రశ్నలతో ముఖాముఖి కావలని ప్రోత్సహిద్దాం.

Chapter 1: Introduction: The Quest for Wisdom

అధ్యాయం 1: జ్ఞాన సాహసం – పరిచయం

ఘనతత్వమనేది ఏమిటి? దాని ప్రధాన ప్రశ్నలు ఏవి? తెలుసుకుందాం.

ఘనతత్వం

ఘనతత్వం అనేది ఒక భౌతిక శాస్త్ర శాఖ, ఇది ఘన పదార్థాల యొక్క లక్షణాలను అధ్యయనం చేస్తుంది. ఇది ఘనాల యొక్క నిర్మాణం, భౌతిక లక్షణాలు మరియు ప్రయోగశాలలో వాటిని ఎలా పరీక్షించాలో అన్వేషిస్తుంది.

ఘనతత్వం యొక్క ప్రధాన ప్రశ్నలు

ఘనతత్వం యొక్క కొన్ని ప్రధాన ప్రశ్నలు ఇక్కడ ఉన్నాయి:

ఘనాలు ఎలా నిర్మించబడ్డాయి?
ఘనాల యొక్క భౌతిక లక్షణాలు ఏమిటి?
ఘనాలను ఎలా పరీక్షించాలి?

ఘనాల నిర్మాణం

ఘనాలు అణువులు లేదా అణువుల సమూహాల నుండి తయారవుతాయి. ఈ అణువులు లేదా అణువుల సమూహాలు క్రమబద్ధమైన విధంగా అమర్చబడి ఉంటాయి, ఇది ఘనాల యొక్క విభిన్న లక్షణాలను నిర్ణయిస్తుంది.

ఘనాల యొక్క భౌతిక లక్షణాలు

ఘనాల యొక్క కొన్ని ముఖ్యమైన భౌతిక లక్షణాలు ఇక్కడ ఉన్నాయి:

- ఘనపదార్థం: ఘనాలు స్థిరమైన ఆకారం మరియు పరిమాణాన్ని కలిగి ఉంటాయి.

- దృఢత్వం: ఘనాలు ఒత్తిడి లేదా స్థితిస్థాపకతకు గురైనప్పుడు వాటి ఆకారాన్ని మార్చకుండా నిరోధించగలవు.

- బలం: ఘనాలు శక్తిని తట్టుకోగలవు.

- ఉష్ణ వాహకత: ఘనాలు ఉష్ణాన్ని ఒక ప్రదేశం నుండి మరొక ప్రదేశానికి బదిలీ చేయగలవు.

- విద్యుత్ వాహకత: ఘనాలు విద్యుత్ ప్రవాహాన్ని బదిలీ చేయగలవు.

ఘనాలను ఎలా పరీక్షించాలి?

ఘనాలను పరీక్షించడానికి అనేక మార్గాలు ఉన్నాయి. కొన్ని సాధారణ పరీక్షలు ఇక్కడ ఉన్నాయి:

- రేఖాగణిత పరీక్షలు: ఘనాల ఆకారం మరియు పరిమాణాన్ని కొలవడానికి ఈ పరీక్షలు ఉపయోగించబడతాయి.

భౌతిక లక్షణాల పరీక్షలు: ఘనాల యొక్క ఘనపదార్థం, దృఢత్వం, బలం, ఉష్ణ వాహకత మరియు విద్యుత్ వాహకతను కొలవడానికి ఈ పరీక్షలు ఉపయోగించబడతాయి.

రసాయన పరీక్షలు: ఘనాల యొక్క రసాయన కూర్పు మరియు నిర్మాణాన్ని అధ్యయనం చేయడానికి ఈ పరీక్షలు ఉపయోగించబడతాయి.

ఘనతత్వం: మానవ చరిత్రలో ఒక బుద్ధిపరమైన పరిశోధన యాత్ర

ఘనతత్వం అనేది ఒక భౌతిక శాస్త్ర శాఖ, ఇది ఘన పదార్థాల యొక్క లక్షణాలను అధ్యయనం చేస్తుంది. ఇది ఘనాల యొక్క నిర్మాణం, భౌతిక లక్షణాలు మరియు ప్రయోగశాలలో వాటిని ఎలా పరీక్షించాలో అన్వేషిస్తుంది.

మానవ చరిత్రలో ఘనతత్వం ఒక బుద్ధిపరమైన పరిశోధన యాత్రగా విలసిల్లింది. మానవులు ఘనాల యొక్క లక్షణాలను అర్థం చేసుకోవడానికి మరియు వాటిని ఉపయోగించడానికి అనేక మార్గాలను కనుగొన్నారు. ఈ పరిశోధన యాత్ర మానవ నాగరికత అభివృద్ధికి కీలక పాత్ర పోషించింది.

ప్రాచీన ప్రపంచం

ప్రాచీన ప్రపంచంలో, ఘనతత్వం గురించిన అవగాహన చాలా పరిమితంగా ఉంది. మానవులు ఘనాల యొక్క కొన్ని ప్రాథమిక లక్షణాలను గుర్తించారు, అయితే వాటి నిర్మాణం గురించి వారికి చాలా తక్కువ తెలుసు.

ప్రాచీన గ్రీస్‌లో, ఘనతత్వం గురించి మొట్టమొదటి శాస్త్రీయ అధ్యయనాలు జరిగాయి. గ్రీకు తత్వవేత్తలు మరియు శాస్త్రవేత్తలు ఘనాల రకాలు, వాటి లక్షణాలు మరియు వాటిని ఎలా ఉపయోగించాలో అధ్యయనం చేశారు.

ప్రముఖ గ్రీకు తత్వవేత్త అరిస్టాటిల్ ఘనాల గురించి అనేక ముఖ్యమైన ఆలోచనలను అభివృద్ధి చేశాడు. అతను ఘనాల యొక్క ఐదు ప్రాథమిక రకాలను (ఘన, ఘన, ఘన, ఘన మరియు ఘన) వర్గీకరించాడు. అతను ఘనాల యొక్క

నిర్మాణం మరియు వాటి భౌతిక లక్షణాల మధ్య సంబంధాన్ని కూడా అర్థం చేసుకున్నాడు.

మధ్యయుగం

మధ్యయుగంలో, ఘనతత్వం గురించిన అధ్యయనం చాలా మందగించింది. ఈ కాలంలో, ఘనతత్వంపై చాలా దృష్టి పెట్టబడలేదు.

నవీన యుగం

నవీన యుగంలో, ఘనతత్వం గురించిన అధ్యయనం పునరుజ్జీవించింది. ఈ కాలంలో, ఘనాల యొక్క నిర్మాణం మరియు లక్షణాల గురించి అనేక ముఖ్యమైన ఆవిష్కరణలు జరిగాయి.

ప్రముఖ ఇంగ్లీష్ శాస్త్రవేత్త ఐజాక్ న్యూటన్ ఘనాల యొక్క నిర్మాణంపై అనేక ముఖ్యమైన ఆలోచనలను అభివృద్ధి చేశాడు.

పరిణామాలు" అనే భావనను పరిచయం చేసుకుని, ఆలోచనల పరిణామాన్ని అర్థం చేసుకోవడంలో దాని ప్రాముఖ్యత తెలుసుకుందాం.

పరిణామాలు

"పరిణామాలు" అనేది ఒక శబ్దం, ఇది ఏదైనా ఒక స్థిరమైన స్థితి నుండి మరొక స్థిరమైన స్థితికి మారడాన్ని సూచిస్తుంది. ఇది ఒక భౌతిక ప్రక్రియ కావచ్చు, లేదా ఒక ఆలోచనా ప్రక్రియ కావచ్చు.

ఆలోచనల పరిణామం

ఆలోచనల పరిణామం అనేది ఆలోచనలు మరియు ఆలోచనా విధానాలు కాలక్రమేణా మారడాన్ని సూచిస్తుంది. ఇది అనేక కారణాల వల్ల సంభవించవచ్చు, వీటిలో:

- కొత్త సమాచారం లేదా అనుభవం: కొత్త సమాచారం లేదా అనుభవం ద్వారా, మనం మన ఆలోచనలను మార్చుకోవచ్చు.
- విమర్శనాత్మక ఆలోచన: విమర్శనాత్మక ఆలోచన ద్వారా, మనం మన ఆలోచనలను సవాలు చేయవచ్చు మరియు మెరుగుపరచవచ్చు.
- సృజనాత్మకత: సృజనాత్మకత ద్వారా, మనం కొత్త ఆలోచనలను రూపొందించవచ్చు.

పరిణామాల ప్రాముఖ్యత

ఆలోచనల పరిణామం చాలా ముఖ్యం, ఎందుకంటే ఇది మనకు మరింత సమగ్రమైన మరియు అంతర్దృష్టితో కూడిన అవగాహనను అందిస్తుంది.

సమగ్రమైన అవగాహన: ఆలోచనలు పరిణామం చెందడం ద్వారా, మనం ఏదైనా ఒక అంశంపై మరింత సమగ్రమైన అవగాహనను పొందవచ్చు. ఇది మనకు సమస్యలను మరింత సమర్ధవంతంగా పరిష్కరించడానికి సహాయపడుతుంది.

అంతర్దృష్టితో కూడిన అవగాహన: ఆలోచనలు పరిణామం చెందడం ద్వారా, మనం ఏదైనా ఒక అంశంపై మరింత అంతర్దృష్టితో కూడిన అవగాహనను పొందవచ్చు. ఇది మనకు దాని అసలు స్వభావాన్ని మరింత బాగా అర్థం చేసుకోవడానికి సహాయపడుతుంది.

పరిణామాల యొక్క ఉదాహరణలు

ఆలోచనల పరిణామం యొక్క అనేక ఉదాహరణలు ఉన్నాయి. ఉదాహరణకు:

- భౌతికశాస్త్రం: భౌతికశాస్త్రం యొక్క అభివృద్ధిలో, మనం పరమాణు నిర్మాణం, ప్రకృతి శక్తులు మరియు గ్రహాల యొక్క కదలిక గురించి మన అవగాహనను పరిణామం చెందించాము.

- గణితం: గణితం యొక్క అభివృద్ధిలో, మనం కొత్త సిద్ధాంతాలు మరియు పద్ధతులను అభివృద్ధి చేశాము.

- సమాజం: సమాజం యొక్క అభివృద్ధిలో, మనం న్యాయం, సమానత్వం మరియు స్వేచ్చ గురించి మన అవగాహనను పరిణామం చెందించాము.

రాబోయే అధ్యాయాల ఊహాజనిత దృశ్యాలు

మానవ చరిత్రలో, ఘనతత్వం ఒక బుద్ధిపరమైన పరిశోధన యాత్రగా విలసిల్లింది. మానవులు ఘనాల యొక్క లక్షణాలను అర్థం చేసుకోవడానికి మరియు వాటిని ఉపయోగించడానికి అనేక మార్గాలను కనుగొన్నారు. ఈ పరిశోధన యాత్ర మానవ నాగరికత అభివృద్ధికి కీలక పాత్ర పోషించింది.

రాబోయే అధ్యాయాలలో, మనం ఘనతత్వం యొక్క పరిశోధనలో కొత్త మలుపులను చూస్తాము. మనం కొత్త రకాల ఘనాలను కనుగొంటాము, మరియు ఘనాల యొక్క లక్షణాలను మరింత లోతుగా అర్థం చేసుకోవడానికి కొత్త పద్ధతులను అభివృద్ధి చేస్తాము.

ఊహాజనిత దృశ్యాలు

రాబోయే అధ్యాయాలలో మనం చూడగల కొన్ని ఊహాజనిత దృశ్యాలు ఇక్కడ ఉన్నాయి:

కొత్త రకాల ఘనాలు: మనం కొత్త రకాల ఘనాలను కనుగొంటాము, వీటిలో ఒకే ఒక ధ్రువం ఉన్న ఘనాలు, లేదా ఒకే ఒక రంగులో ఉండే ఘనాలు ఉన్నాయి.

ఘనాల కొత్త లక్షణాలు: మనం ఘనాల యొక్క కొత్త లక్షణాలను కనుగొంటాము, వీటిలో విద్యుత్ మరియు ఉష్ణాన్ని ప్రసారం చేయడానికి వాటి సామర్థ్యం ఉన్నాయి.

ఘనాల యొక్క కొత్త ఉపయోగాలు: మనం ఘనాలను కొత్త ఉపయోగాల కోసం ఉపయోగించడం నేర్చుకుంటాము, వీటిలో కృత్రిమ స్నాయువులు మరియు కండరాలు, లేదా కొత్త రకాల టెక్స్‌టైల్‌లు ఉన్నాయి.

పరిణామాలు

ఈ ఊహాజనిత దృశ్యాలు ఘనతత్వం యొక్క పరిశోధన మానవ నాగరికతపై గణనీయమైన ప్రభావాన్ని చూపుతుందని సూచిస్తాయి. కొత్త రకాల ఘనాలు మరియు వాటి కొత్త లక్షణాలు మన జీవితాలను అనేక విధాలుగా మార్చగలవు.

ముగింపు

ఘనతత్వం యొక్క పరిశోధన అనేది ఒక ఊహాజనిత ప్రయాణం. రాబోయే అధ్యాయాలలో మనం ఏమి చూస్తామో చూడటానికి ఆసక్తిగా ఉంది.

Chapter 2: Ancient Foundations: Seeds of Thought

అధ్యాయం 2: పురాతన పునాదులు - ఆలోచనల విత్తులు

పురాతన నాగరికతలలో ఘనతత్వం

ఘనతత్వం అనేది ఒక భౌతిక శాస్త్ర శాఖ, ఇది ఘన పదార్థాల యొక్క లక్షణాలను అధ్యయనం చేస్తుంది. ఇది ఘనాల యొక్క నిర్మాణం, భౌతిక లక్షణాలు మరియు ప్రయోగశాలలో వాటిని ఎలా పరీక్షించాలో అన్వేషిస్తుంది.

పురాతన నాగరికతలలో, ఘనతత్వం ఒక ముఖ్యమైన పాత్ర పోషించింది. మానవులు ఘనాల యొక్క లక్షణాలను అర్థం చేసుకోవడం మరియు వాటిని ఉపయోగించడం నేర్చుకున్నారు. ఈ భావనలు మానవ నాగరికత అభివృద్ధికి కీలక పాత్ర పోషించాయి.

మెసపొటేమియా

మెసపొటేమియాలో, ఘనతత్వం గురించి మొట్టమొదటి శాస్త్రీయ అధ్యయనాలు జరిగాయి. మెసపొటేమియన్ గణితవేత్తలు మరియు శాస్త్రవేత్తలు ఘనాల యొక్క ఆకారాలు, పరిమాణాలు మరియు భౌతిక లక్షణాలను అధ్యయనం చేశారు. వారు ఘనాల యొక్క పరిమాణాలను కొలవడానికి

మరియు ఘనాల యొక్క ఘనపదార్థాన్ని లెక్కించడానికి కొత్త పద్ధతులను అభివృద్ధి చేశారు.

ఈజిప్ట్

ఈజిప్ట్‌లో, ఘనతత్వం గురించి కూడా చాలా అధ్యయనాలు జరిగాయి. ఈజిప్షియన్ ఇంజనీర్లు మరియు నిర్మాతలు ఘనాల యొక్క లక్షణాలను అర్థం చేసుకోవడం ద్వారా భారీ నిర్మాణాలను నిర్మించగలిగారు. వారు ఘనాల యొక్క బలం మరియు స్థిరత్వాన్ని అంచనా వేయడానికి కొత్త పద్ధతులను అభివృద్ధి చేశారు.

గ్రీస్

గ్రీస్‌లో, ఘనతత్వం గురించి మరింత లోతుగా అధ్యయనం జరిగింది. గ్రీకు తత్వవేత్తలు మరియు శాస్త్రవేత్తలు ఘనాల యొక్క నిర్మాణం మరియు భౌతిక లక్షణాల గురించి అనేక ముఖ్యమైన ఆలోచనలను అభివృద్ధి చేశారు.

ప్రముఖ గ్రీకు తత్వవేత్త అరిస్టాటిల్ ఘనాల యొక్క ఐదు ప్రాథమిక రకాలను (ఘన, ఘన, ఘన, ఘన మరియు ఘన) వర్గీకరించాడు. అతను ఘనాల యొక్క నిర్మాణం మరియు వాటి భౌతిక లక్షణాల మధ్య సంబంధాన్ని కూడా అర్థం చేసుకున్నాడు.

సాక్రటీస్, ప్లేటో, అరిస్టాటిల్, కంఫ్యూషియస్, లావో ట్జు, ఉపనిషత్తులు

ఈ కీలక ఆలోచనాపరులు మరియు వారి పాఠశాలలు మానవ చరిత్రలో అత్యంత ప్రభావవంతమైనవి. వారు తమ ఆలోచనలతో మన సమాజం మరియు సంస్కృతిని రూపొందించడంలో సహాయపడ్డారు.

సాక్రటీస్

సాక్రటీస్ (469-399 BC) గ్రీకు తత్వవేత్త మరియు ఫిలాసఫర్. అతను "ప్రాక్టికల్ ఫిలాసఫీ" యొక్క స్థాపకుడుగా పరిగణించబడతాడు, ఇది జీవితాన్ని ఎలా జీవించాలో అన్వేషించే ఒక రకమైన తత్వశాస్త్రం.

సాక్రటీస్ తన విద్యార్థులను ప్రశ్నించడం ద్వారా బోధించాడు. అతను వారి భావాలు, నమ్మకాలు మరియు విలువలను పరిశీలించమని వారిని ప్రోత్సహించాడు. అతను వారిని స్వీయ-పరిశోధన మరియు స్వీయ-జ్ఞానం కోసం ప్రోత్సహించాడు.

సాక్రటీస్ యొక్క ఆలోచనలు తరువాతి తరాల తత్వవేత్తలపై గణనీయమైన ప్రభావాన్ని చూపాయి. అతని పాఠశాలను సోక్రటిక్ పాఠశాల అని పిలుస్తారు.

ప్లాటో

ప్లేటో (428-348 BC) గ్రీకు తత్వవేత్త మరియు సాక్రటీస్ యొక్క ప్రధాన శిష్యుడు. అతను "ఆదర్శవాదం" యొక్క స్థాపకుడిగా పరిగణించబడతాడు, ఇది నిజమైన ప్రపంచం మానవులకు

అందుబాటులో లేని ఆదర్శ ప్రపంచం నుండి వస్తుంది అనే ఒక రకమైన తత్వశాస్త్రం.

ప్లాటో తన రచనలలో, అతను ఆదర్శ ప్రపంచం గురించి, మానవ జీవితం యొక్క అర్థం గురించి మరియు రాజకీయ స్థిరత్వం గురించి తన ఆలోచనలను వివరించాడు.

ప్లాటో యొక్క ఆలోచనలు మధ్యయుగ యూరోప్ మరియు ఇస్లామిక్ ప్రపంచంపై గణనీయమైన ప్రభావాన్ని చూపాయి. అతని పాఠశాలను అకాడమీ అని పిలుస్తారు.

అరిస్టాటిల్

అరిస్టాటిల్ (384-322 BC) గ్రీకు తత్వవేత్త, శాస్త్రవేత్త మరియు వైద్యుడు. అతను "పాలటిక్స్" మరియు "పొలిటిక్స్" వంటి అనేక ముఖ్యమైన రచనలను రచించాడు.

మెటాఫిజిక్స్, నీతి, తర్కశాస్త్రం, జ్ఞానమీమాంస వంటి ప్రాథమిక ఘనతత్వ భావనల ఆవిర్భావం

మెటాఫిజిక్స్, నీతి, తర్కశాస్త్రం మరియు జ్ఞానమీమాంస వంటి ప్రాథమిక ఘనతత్వ భావనలు మానవ చరిత్రలో చాలా కాలంగా ఉన్నాయి. వారు మనం ప్రపంచాన్ని ఎలా అర్థం చేసుకుంటాము మరియు దానిని ఎలా పరిచయం చేస్తాము అనే దానిలో కీలక పాత్ర పోషిస్తారు.

మెటాఫిజిక్స్

మెటాఫిజిక్స్ అనేది భౌతిక ప్రపంచం యొక్క స్వభావంపై అధ్యయనం చేసే తత్వశాస్త్రం యొక్క ఒక విభాగం. ఇది భౌతిక ప్రపంచం యొక్క అసలు స్వభావం, దానిలోని మూల భావాలు మరియు విధానాలు మరియు వాస్తవం మరియు కల్పన మధ్య సంబంధం వంటి ప్రశ్నలను పరిశీలిస్తుంది.

మెటాఫిజిక్స్ యొక్క ఆవిర్భావం గ్రీకు తత్వశాస్త్రంతో ముడిపడి ఉంది. ప్రాచీన గ్రీకు తత్వవేత్తలు మొదట మెటాఫిజిక్స్ యొక్క కొన్ని ప్రాథమిక భావనలను అభివృద్ధి చేశారు. ఉదాహరణకు, అరిస్టాటిల్ "సత్యం", "పరిపూర్ణత" మరియు "కారణం" వంటి భావనలను అభివృద్ధి చేశాడు.

మెటాఫిజిక్స్ యొక్క ఆవిర్భావం ఘనతత్వం యొక్క అభివృద్ధికి కీలకమైనది. మెటాఫిజిక్స్ భౌతిక ప్రపంచం యొక్క స్వభావం గురించి ప్రశ్నలు అడుగుతుంది, ఇది ఘనతత్వం యొక్క అధ్యయనానికి ప్రాథమికమైనది.

నీతి

నీతి అనేది మంచి మరియు చెడు యొక్క స్వభావంపై అధ్యయనం చేసే తత్వశాస్త్రం యొక్క ఒక విభాగం. ఇది మనం ఎలా జీవించాలి, మనం ఏమి చేయాలి మరియు ఏమి చేయకూడదు అనే ప్రశ్నలను పరిశీలిస్తుంది.

నీతి యొక్క ఆవిర్భావం మానవ చరిత్రలో చాలా కాలంగా ఉంది. ప్రాచీన గ్రీకు తత్వవేత్తలు మొదట నీతి యొక్క కొన్ని ప్రాథమిక భావనలను అభివృద్ధి చేశారు. ఉదాహరణకు, సోక్రటీస్ మరియు ప్లేటో "సమానత్వం", "న్యాయం" మరియు "క్షమ" వంటి భావనలను అభివృద్ధి చేశారు.

Chapter 3: Medieval Metamorphoses: Faith and Reason in Dialogue

అధ్యాయం 3: మధ్యయుగ పరివర్తనలు - విశ్వాసం మరియు కారణం యొక్క సంభాషణ

మధ్యయుగంలో ఘనతత్వం

మధ్యయుగం అనేది 5 వ శతాబ్దం నుండి 15 వ శతాబ్దం వరకు విస్తరించిన కాలం, ఇది ప్రాచీన నాగరికతల యొక్క పతనం నుండి నవోధికారానికి మధ్య ఉంది. ఈ కాలంలో, క్రైస్తవ మతం, ఇస్లాం మరియు ఇతర మత సంప్రదాయాలు ఐరోపా మరియు ఆసియాలో విస్తరించాయి. ఈ మతాల పెరుగుదల ఘనతత్వం యొక్క అభివృద్ధిపై గణనీయమైన ప్రభావాన్ని చూపింది.

క్రైస్తవ మతం మరియు ఘనతత్వం

క్రైస్తవ మతం ఐరోపాలో మధ్యయుగంలో అధికారిక మతంగా మారింది. క్రైస్తవ తత్వవేత్తలు మరియు శాస్త్రవేత్తలు ఘనతత్వం యొక్క అభివృద్ధికి కీలకమైన కృషి చేశారు.

క్రైస్తవ మతం ఘనతత్వం యొక్క అభివృద్ధికి కృషి చేసిన కొన్ని విధాలు ఇక్కడ ఉన్నాయి:

క్రైస్తవ మతం భౌతిక ప్రపంచం యొక్క ఆధ్యాత్మిక ప్రాముఖ్యతను నొక్కి చెప్పింది. ఇది ఘనతత్వం యొక్క అధ్యయనం యొక్క ప్రాముఖ్యతను పెంచింది.

క్రైస్తవ మతం శాస్త్రీయ పరిశోధనను ప్రోత్సహించింది. ఇది ఘనతత్వం యొక్క అధ్యయనానికి కొత్త మార్గాలను తెరిచింది.

క్రైస్తవ మతం విద్య మరియు సాంస్కృతిక అభివృద్ధిని ప్రోత్సహించింది. ఇది ఘనతత్వం యొక్క అభివృద్ధికి అవసరమైన వనరులను అందించింది.

ఇస్లాం మరియు ఘనతత్వం

ఇస్లాం మధ్యయుగంలో ఆసియాలో అధికారిక మతంగా మారింది. ఇస్లామిక్ తత్వవేత్తలు మరియు శాస్త్రవేత్తలు కూడా ఘనతత్వం యొక్క అభివృద్ధికి కీలకమైన కృషి చేశారు.

ఇస్లామిక్ మతం ఘనతత్వం యొక్క అభివృద్ధికి కృషి చేసిన కొన్ని విధాలు ఇక్కడ ఉన్నాయి:

ఇస్లాం భౌతిక ప్రపంచం యొక్క అందం మరియు సృజనాత్మకతను నొక్కి చెప్పింది. ఇది ఘనతత్వం యొక్క అధ్యయనం యొక్క ప్రాముఖ్యతను పెంచింది.

ఇస్లాం శాస్త్రీయ పరిశోధనను ప్రోత్సహించింది. ఇది ఘనతత్వం యొక్క అధ్యయనానికి కొత్త మార్గాలను తెరిచింది.

ఇస్లాం విద్య మరియు సాంస్కృతిక అభివృద్ధిని ప్రోత్సహించింది. ఇది ఘనతత్వం యొక్క అభివృద్ధికి అవసరమైన వనరులను అందించింది.

ఆగస్టైన్, అక్వినాస్, అవిసెన్నా, అవెర్రోయెస్: విశ్వాసం మరియు కారణం

మధ్యయుగం అనేది విశ్వాసం మరియు కారణం మధ్య సంబంధం గురించి లోతైన చర్చ జరిగిన కాలం. ఈ చర్చలో ముఖ్యమైన పాత్ర పోషించిన కొంతమంది ఆలోచనాపరులు ఆగస్టైన్, అక్వినాస్, అవిసెన్నా మరియు అవెర్రోయెస్.

ఆగస్టైన్

ఆగస్టైన్ (354-430 AD) ఒక రోమన్ థీయోలాజిస్ట్ మరియు తత్వవేత్త. అతను తన "కన్ఫెషన్స్" మరియు "సిటీ ఆఫ్ గోడ్" వంటి రచనలలో విశ్వాసం మరియు కారణం మధ్య సంబంధం గురించి తన ఆలోచనలను అభివృద్ధి చేశాడు.

ఆగస్టైన్ విశ్వాసం మరియు కారణం రెండూ ముఖ్యమైనవి అని నమ్మాడు. అతను విశ్వాసం అనేది భౌతిక ప్రపంచం గురించి మనకు తెలియజేసే కారణం యొక్క పరిమితులను అధిగమించడానికి మనకు సహాయపడుతుంది అని నమ్మాడు. ఉదాహరణకు, విశ్వాసం ద్వారా, మనం దేవుని ఉనికిని మరియు మరణం తర్వాత జీవితాన్ని అర్థం చేసుకోవచ్చు.

కానీ ఆగస్టైన్ కారణం కూడా ముఖ్యమైనదని నమ్మాడు. అతను కారణం ద్వారా, మనం విశ్వాసం యొక్క ప్రకటనలను అర్థం చేసుకోవచ్చు మరియు వాటిని సమర్థించవచ్చు. ఉదాహరణకు, కారణం ద్వారా, మనం దేవుని ఉనికిని రుజువు చేయడానికి ప్రయత్నించవచ్చు.

అక్వినాస్

థామస్ అక్వినాస్ (1225-1274 AD) ఒక ఇటాలియన్ థియోలాజిస్ట్ మరియు తత్వవేత్త. అతను తన "సమ్మారియం థియోలాజికం" వంటి రచనలలో విశ్వాసం మరియు కారణం మధ్య సంబంధం గురించి తన ఆలోచనలను అభివృద్ధి చేశాడు.

అక్వినాస్ "విశ్వాసం మరియు కారణం మధ్య సమన్వయం" యొక్క సిద్ధాంతాన్ని అభివృద్ధి చేశాడు. ఈ సిద్ధాంతం ప్రకారం, విశ్వాసం మరియు కారణం రెండూ ఒకే సత్యాన్ని సూచిస్తాయి, కానీ అవి వేర్వేరు మార్గాల్లో దానికి చేరుకోవడానికి ప్రయత్నిస్తాయి.

విశ్వాసం భౌతిక ప్రపంచం గురించి మనకు తెలియజేస్తుంది, అయితే కారణం ఆధ్యాత్మిక ప్రపంచం గురించి మనకు తెలియజేస్తుంది.

స్కాలాస్టిసిజం మరియు మిస్టిసిజం: కొత్త ఘనతత్వ ప్రవాహాలు

మధ్యయుగం అనేది ఘనతత్వం యొక్క అభివృద్ధిలో ఒక ముఖ్యమైన కాలం. ఈ కాలంలో, రెండు కొత్త ఘనతత్వ ప్రవాహాలు అభివృద్ధి చెందాయి: స్కాలాస్టిసిజం మరియు మిస్టిసిజం.

స్కాలాస్టిసిజం

స్కాలాస్టిసిజం అనేది 12 వ శతాబ్దంలో ఐరోపాలో అభివృద్ధి చెందిన ఒక తత్వశాస్త్ర పాఠశాల. ఇది గ్రీకు మరియు రోమన్ తత్వశాస్త్రం, క్రైస్తవ మతం మరియు ఇస్లాం యొక్క ఆలోచనలను మిళితం చేసింది.

స్కాలాస్టిక్ తత్వవేత్తలు భౌతిక ప్రపంచం గురించి తెలుసుకోవడానికి కారణం మరియు విశ్వాసం రెండింటినీ ఉపయోగించాలని నమ్మారు. వారు భౌతిక ప్రపంచం యొక్క ఆధ్యాత్మిక ప్రపంచం యొక్క ప్రతిబింబం అని నమ్మారు.

స్కాలాస్టిసిజం ఘనతత్వం యొక్క అభివృద్ధికి అనేక ప్రభావాలను చూపింది. ఇది శాస్త్రీయ పరిశోధనను ప్రోత్సహించడంలో సహాయపడింది మరియు ఘనతత్వాన్ని మరింత సమగ్రమైన శాస్త్రంగా మార్చడంలో సహాయపడింది.

మిస్టిసిజం

మిస్టిసిజం అనేది 12 వ శతాబ్దంలో కూడా అభివృద్ధి చెందిన మరొక తత్వశాస్త్ర పాఠశాల. ఇది భౌతిక ప్రపంచం యొక్క ఆధ్యాత్మిక ప్రపంచం యొక్క ఆదర్శం అని నమ్మింది.

మిస్టిక్ తత్వవేత్తలు భౌతిక ప్రపంచం గురించి తెలుసుకోవడానికి విశ్వాసం మరియు అంతర్దృష్టిని ఉపయోగించాలని నమ్మారు. వారు భౌతిక ప్రపంచం యొక్క పరిమితులను అధిగమించడానికి మనకు సహాయపడేది ఆధ్యాత్మిక ప్రపంచం యొక్క అనుభవం అని నమ్మారు.

మిస్టిసిజం ఘనతత్వం యొక్క అభివృద్ధికి కూడా ప్రభావాలను చూపింది. ఇది ఘనతత్వాన్ని మరింత ఆధ్యాత్మికమైన శాస్త్రంగా మార్చడంలో సహాయపడింది.

Chapter 4: Renaissance Rebirths: Rediscovering the Classical World

అధ్యాయం 4: పునరుజ్జీవనం యొక్క పునర్జన్మ - పురాతన ప్రపంచాన్ని పునరావిష్కరించడం

పునరుజ్జీవనం యొక్క మేధోపరమైన విప్లవం

పునరుజ్జీవనం అనేది 14 వ నుండి 17 వ శతాబ్దాల వరకు విస్తరించిన ఒక యుగం, ఇది ఐరోపాలో సంస్కృతి మరియు సమాజంలో ఒక ముఖ్యమైన మార్పును సూచిస్తుంది. ఈ కాలంలో, పురాతన గ్రీక్ మరియు రోమన్ ఘనతత్వం పునరావిష్కరణకు గురైంది, ఇది మేధోపరమైన విప్లవానికి దారితీసింది.

పురాతన ఘనతత్వం యొక్క పునరావిష్కరణ

పునరుజ్జీవనం యొక్క మొదటి ముఖ్యమైన ఘటన పురాతన గ్రీక్ మరియు రోమన్ ఘనతత్వం యొక్క పునరావిష్కరణ. ఈ ఘనతత్వం ముఖ్యంగా లాటిన్ రచనల ద్వారా పునరుజ్జీవనం చేయబడింది, ఇది ముస్లిం ప్రపంచంలో సంరక్షించబడింది.

పురాతన ఘనతత్వం పునరావిష్కరణ ఐరోపాలో మేధోపరమైన విప్లవానికి దారితీసింది. ఇది ఐరోపావారు తాము నివసిస్తున్న ప్రపంచాన్ని చూసే విధాన్ని మార్చింది.

మేధోపరమైన విప్లవం యొక్క ప్రభావాలు

పునరుజ్జీవనం యొక్క మేధోపరమైన విప్లవం అనేక ముఖ్యమైన ప్రభావాలను చూపింది:

ప్రపంచం యొక్క కొత్త దృక్పథం: పునరుజ్జీవనం యొక్క తత్వవేత్తలు పురాతన గ్రీక్ మరియు రోమన్ తత్వశాస్త్రం నుండి ప్రేరణ పొందారు. వారు భౌతిక ప్రపంచం యొక్క అందం మరియు విలువను నొక్కి చెప్పారు.

శాస్త్రీయ పరిశోధనలో అభివృద్ధి: పునరుజ్జీవనం యొక్క తత్వవేత్తలు కారణం మరియు అనుభవం యొక్క ప్రాముఖ్యతను నొక్కి చెప్పారు. ఇది శాస్త్రీయ పరిశోధనలో అభివృద్ధికి దారితీసింది.

సాంస్కృతిక మరియు రాజకీయ మార్పులు: పునరుజ్జీవనం యొక్క ఆలోచనలు ఐరోపా సమాజంలో మార్పులకు దారితీశాయి. ఇది కళ, సాహిత్యం మరియు రాజకీయాలలో ఒక కొత్త శకాన్ని ప్రారంభించింది.

పునరుజ్జీవనం యొక్క మేధోపరమైన విప్లవం ఘనతత్వం యొక్క అభివృద్ధిలో ఒక ముఖ్యమైన మలుపు. ఇది ఘనతత్వాన్ని మరింత సమగ్రమైన మరియు ఆధునిక శాస్త్రంగా మార్చడంలో సహాయపడింది.

పునరుజ్జీవనం యొక్క ముఖ్యమైన వ్యక్తులు

పునరుజ్జీవనం అనేది 14 వ నుండి 17 వ శతాబ్దాల వరకు విస్తరించిన ఒక యుగం, ఇది ఐరోపాలో సంస్కృతి మరియు సమాజంలో ఒక ముఖ్యమైన మార్పును సూచిస్తుంది. ఈ కాలంలో, అనేక మంది మేధావులు మరియు నాయకులు ఐరోపాను మరింత మేధోపరమైన మరియు ప్రగతిశీల సమాజంగా మార్చడానికి కృషి చేశారు.

ఈ కాలంలో ముఖ్యమైన వ్యక్తులలో కొందరు:

- హ్యూమనిస్టులు: హ్యూమనిస్టులు పురాతన గ్రీక్ మరియు రోమన్ ఘనతత్వం యొక్క పునరుజ్జీవనానికి కృషి చేసినవారు. వారు భౌతిక ప్రపంచం యొక్క అందం మరియు విలువను నొక్కి చెప్పారు మరియు కారణం మరియు అనుభవం యొక్క ప్రాముఖ్యతను నమ్మారు.

- మకియావెల్లి: నికోలో మకియావెల్లి ఒక ఇటాలియన్ రాజకీయ తత్వవేత్త మరియు రచయిత. అతను తన "ది ప్రిన్స్" అనే రచనలో రాజకీయాల యొక్క శక్తివంతమైన దృక్పథాన్ని అందించాడు.

- ఎరాస్మస్: ఎరాస్మస్ ఒక డచ్ రోమన్ క్యాథలిక్ హ్యూమనిస్ట్ మరియు రచయిత. అతను తన "ఆడల్ట్ ట్యుటోరియల్" అనే రచనలో విద్య యొక్క ప్రాముఖ్యతను ప్రతిబింబించాడు.

- మొంటైగ్నే: మొంటైగ్నే ఒక ఫ్రెంచ్ రచయిత మరియు తత్వవేత్త. అతను తన "ఎస్సేస్" అనే రచనలో మానవ జీవితం యొక్క స్వభావం మరియు అర్థం గురించి ఆలోచనలను అందించాడు.

హ్యూమనిస్టులు

హ్యూమనిస్టులు పునరుజ్జీవనం యొక్క అత్యంత ముఖ్యమైన వ్యక్తులు. వారు పురాతన గ్రీక్ మరియు రోమన్ ఘనతత్వం యొక్క పునరుజ్జీవనానికి కృషి చేశారు. వారు భౌతిక ప్రపంచం యొక్క అందం మరియు విలువను నొక్కి చెప్పారు మరియు కారణం మరియు అనుభవం యొక్క ప్రాముఖ్యతను నమ్మారు.

హ్యూమనిస్టులు పునరుజ్జీవనం యొక్క మేధోపరమైన విప్లవానికి కీలక పాత్ర పోషించారు. వారు ఐరోపాను మరింత మేధోపరమైన మరియు ప్రగతిశీల సమాజంగా మార్చడంలో సహాయపడ్డారు.

మానవకేంద్రీకృతతం, అనుభవవాదం, అనుమానం వైపు మరింత మొగ్గిన విధానం

పునరుజ్జీవనం అనేది 14 వ నుండి 17 వ శతాబ్దాల వరకు విస్తరించిన ఒక యుగం, ఇది ఐరోపాలో సంస్కృతి మరియు సమాజంలో ఒక ముఖ్యమైన మార్పును సూచిస్తుంది. ఈ కాలంలో, ఘనతత్వం యొక్క అభివృద్ధిలో అనేక కీలక మార్పులు సంభవించాయి.

ఈ మార్పులలో ఒకటి మానవకేంద్రీకృతతం యొక్క పెరుగుదల. మధ్యయుగంలో, ఘనతత్వం దేవునిపై దృష్టి పెట్టింది. పునరుజ్జీవనంలో, ఘనతత్వం మానవుడిపై దృష్టి పెట్టడం ప్రారంభించింది.

ఈ మార్పును ప్రతిబింబించే కొన్ని ముఖ్యమైన ఆలోచనలు:

- మానవుడు భౌతిక ప్రపంచంలో ఒక ముఖ్యమైన పాత్ర పోషిస్తాడు.

- మానవుడు తన జీవితాన్ని అర్థవంతంగా గడపడానికి స్వేచ్ఛా ఆలోచన మరియు చర్యను కలిగి ఉండాలి.

మరోక కీలక మార్పు అనుభవవాదం యొక్క పెరుగుదల. మధ్యయుగంలో, ఘనతత్వం కారణం యొక్క ప్రాముఖ్యతను నొక్కి చెప్పింది. పునరుజ్జీవనంలో, ఘనతత్వం అనుభవం యొక్క ప్రాముఖ్యతను కూడా నొక్కి చెప్పడం ప్రారంభించింది.

ఈ మార్పును ప్రతిబింబించే కొన్ని ముఖ్యమైన ఆలోచనలు:

మానవులు ప్రపంచం గురించి తెలుసుకోవడానికి వారి అనుభవాలను ఉపయోగించాలి.

మానవులు తమ జీవితాలను మెరుగుపరచడానికి వారి అనుభవాల నుండి నేర్చుకోవాలి.

చివరగా, పునరుజ్జీవనంలో అనుమానం యొక్క పెరుగుదల కూడా కనిపిస్తుంది. మధ్యయుగంలో, ఘనతత్వం విశ్వాసం యొక్క ప్రాముఖ్యతను నొక్కి చెప్పింది. పునరుజ్జీవనంలో, ఘనతత్వం అనుమానం యొక్క ప్రాముఖ్యతను కూడా నొక్కి చెప్పడం ప్రారంభించింది.

ఈ మార్పును ప్రతిబింబించే కొన్ని ముఖ్యమైన ఆలోచనలు:

మానవులు ప్రపంచం గురించి తెలుసుకోవడానికి విశ్వసనీయమైన ఆధారాలను కనుగొనడానికి ముందు ప్రతిదాన్ని అనుమానించాలి.

మానవులు తమ జీవితాలలో మార్పులను తీసుకురావడానికి స్వతంత్రంగా ఆలోచించాలి.

ఈ మార్పులు ఘనతత్వం యొక్క అభివృద్ధిలో ఒక ముఖ్యమైన మలుపు. అవి ఘనతత్వాన్ని మరింత మేధోపరమైన మరియు ప్రగతిశీల శాస్త్రంగా మార్చడంలో సహాయపడ్డాయి.

Chapter 5: Enlightenment Explosions: Reason Takes the Reins

అధ్యాయం 5: జ్ఞానోదయ స్ఫూర్తి - కారణం పగ్గాలు చేస్తుంది

జ్ఞానోదయం మరియు ఘనతత్వం

జ్ఞానోదయం అనేది 17 వ నుండి 18 వ శతాబ్దాల వరకు విస్తరించిన ఒక యుగం, ఇది ఐరోపాలో మేధోపరమైన మరియు సామాజిక మార్పుల కాలం. ఈ కాలంలో, ఘనతత్వం యొక్క అభివృద్ధిలో అనేక కీలక మార్పులు సంభవించాయి.

ఈ మార్పులలో ఒకటి కారణం యొక్క ప్రాముఖ్యతను నొక్కి చెప్పడం. జ్ఞానోదయ తత్వవేత్తలు కారణం మరియు విమర్శనాత్మక ఆలోచనలను ఉపయోగించి ప్రపంచం గురించి తెలుసుకోవడం సాధ్యమని నమ్మారు.

ఈ మార్పును ప్రతిబింబించే కొన్ని ముఖ్యమైన ఆలోచనలు:

- మానవులు తమ స్వంత జ్ఞానాన్ని ఉపయోగించి ప్రపంచం గురించి తెలుసుకోవచ్చు.

- మానవులు తమ చుట్టూ ఉన్న ప్రపంచాన్ని విమర్శనాత్మకంగా పరిశీలించాలి.

జ్ఞానోదయ తత్త్వవేత్తలు కారణం యొక్క ప్రాముఖ్యతను నొక్కి చెప్పడం ద్వారా ఘనతత్త్వాన్ని మరింత సమగ్రమైన మరియు ప్రగతిశీల శాస్త్రంగా మార్చడంలో సహాయపడ్డారు.

విమర్శనాత్మక ఆలోచన

విమర్శనాత్మక ఆలోచన అనేది ప్రపంచం గురించి స్వతంత్రంగా ఆలోచించే మరియు ప్రశ్నించే సామర్థ్యం. జ్ఞానోదయ తత్త్వవేత్తలు విమర్శనాత్మక ఆలోచన యొక్క ప్రాముఖ్యతను నొక్కి చెప్పారు. వారు ప్రజలు తమ చుట్టూ ఉన్న ప్రపంచాన్ని విమర్శనాత్మకంగా పరిశీలించాలని మరియు అంగీకరించని విషయాలను ప్రశ్నించాలని నమ్మారు.

విమర్శనాత్మక ఆలోచన ఘనతత్త్వం యొక్క అభివృద్ధిలో ఒక ముఖ్యమైన అంశం. ఇది ఘనతత్త్వాన్ని మరింత సమగ్రమైన మరియు ప్రగతిశీల శాస్త్రంగా మార్చడంలో సహాయపడింది.

జ్ఞానోదయం యొక్క ప్రభావాలు

జ్ఞానోదయం ఘనతత్త్వం యొక్క అభివృద్ధిలో ఒక ముఖ్యమైన ఘట్టం. ఈ కాలంలో, ఘనతత్త్వం కారణం మరియు విమర్శనాత్మక ఆలోచనలపై దృష్టి పెట్టడం ప్రారంభించింది. ఈ మార్పులు ఘనతత్త్వాన్ని మరింత సమగ్రమైన మరియు ప్రగతిశీల శాస్త్రంగా మార్చాయి.

జ్ఞానోదయం యొక్క ప్రభావాలు ఘనతత్త్వంపై పరిమితం కాలేదు. ఇవి ఐరోపా సమాజంపై కూడా గణనీయమైన ప్రభావాన్ని చూపాయి. జ్ఞానోదయ ఆలోచనలు స్వాతంత్ర్యం,

సమానత్వం మరియు సోదరభావం కోసం ఉద్యమాలకు ప్రేరణ ఇచ్చాయి.

జ్ఞానోదయం యొక్క ప్రముఖ ఆలోచనాపరులు

జ్ఞానోదయం అనేది 17 వ నుండి 18 వ శతాబ్దాల వరకు విస్తరించిన ఒక యుగం, ఇది ఐరోపాలో మేధోపరమైన మరియు సామాజిక మార్పుల కాలం. ఈ కాలంలో, అనేక ప్రముఖ ఆలోచనాపరులు తమ రచనలతో ఘనతత్వం మరియు సమాజంపై గణనీయమైన ప్రభావాన్ని చూపారు.

ఈ ఆలోచనాపరులలో కొందరు:

జాన్ లాక్: లాక్ ఒక ఆంగ్ల తత్వవేత్త మరియు రాజకీయ సిద్ధాంతవేత్త. అతను తన "ట్రీట్స్ ఆన్ గవర్నమెంట్" అనే రచనలో స్వాతంత్ర్యం మరియు సమానత్వం యొక్క ప్రాముఖ్యతను నొక్కి చెప్పాడు.

డేవిడ్ హ్యూమ్: హ్యూమ్ ఒక స్కాటిష్ తత్వవేత్త మరియు చరిత్రకారుడు. అతను తన "ట్రీట్స్ ఆన్ మెంటల్ ఫంక్షన్స్" అనే రచనలో కారణం యొక్క పరిమితులను వివరించాడు.

ఇమ్మాన్యుల్ కాంట్: కాంట్ ఒక జర్మన్ తత్వవేత్త. అతను తన "క్రిటిక్ ఆఫ్ ప్యూర్ రీజన్" అనే రచనలో జ్ఞానం యొక్క స్వభావం గురించి విశ్లేషించాడు.

ఫ్రాన్సిస్ బుకానన్: బుకానన్ ఒక స్కాటిష్ తత్వవేత్త మరియు రాజకీయ సిద్ధాంతవేత్త. అతను తన "లెజిస్లేటర్" అనే రచనలో ప్రజాస్వామ్యం యొక్క ప్రాముఖ్యతను నొక్కి చెప్పాడు.

జీన్-జాక్వేస్ రూసో: రూసో ఒక స్విస్ తత్వవేత్త, రచయిత మరియు సంగీతకారుడు. అతను తన "ది సోషల్ కంట్రాక్ట్" అనే రచనలో స్వేచ్ఛ మరియు సమానత్వం యొక్క ప్రాముఖ్యతను నొక్కి చెప్పాడు.

లాక్, హ్యూమ్, కాంట్, వోల్టేర్, రూసో రచనల యొక్క ప్రాముఖ్యత

ఈ ఆలోచనాపరుల రచనలు ఘనతత్వం మరియు సమాజంపై గణనీయమైన ప్రభావాన్ని చూపాయి. వారి ఆలోచనలు స్వాతంత్ర్యం, సమానత్వం మరియు సోదరభావం కోసం ఉద్యమాలకు ప్రేరణ ఇచ్చాయి.

లాక్

లాక్ తన "ట్రీట్స్ ఆన్ గవర్నమెంట్" అనే రచనలో స్వాతంత్ర్యం మరియు సమానత్వం యొక్క ప్రాముఖ్యతను నొక్కి చెప్పాడు. అతను ప్రజలు సహజంగా స్వేచ్ఛా సంఘటితులని మరియు ప్రభుత్వం వారి హక్కులను రక్షించడానికి మాత్రమే ఉనికిలో ఉందని నమ్మాడు.

సహజ హక్కులు, సామాజిక ఒప్పందం, శాస్త్రీయ ప్రోగతి వంటి భావనల పెరుగుదల

జ్ఞానోదయం అనేది 17 వ నుండి 18 వ శతాబ్దాల వరకు విస్తరించిన ఒక యుగం, ఇది ఐరోపాలో మేధోపరమైన మరియు సామాజిక మార్పుల కాలం. ఈ కాలంలో, అనేక కొత్త భావనలు పురోగతి చేశాయి, వీటిలో సహజ హక్కులు, సామాజిక ఒప్పందం మరియు శాస్త్రీయ పురోగతి ఉన్నాయి.

సహజ హక్కులు

సహజ హక్కులు అనేవి ప్రజలు జన్మించినప్పుడు వారికున్న హక్కులు. అవి ప్రభుత్వం లేదా ఏదైనా ఇతర సంస్థ నుండి వచ్చవు. సహజ హక్కుల యొక్క ఆలోచన పునరుజ్జీవనం మరియు జ్ఞానోదయం కాలంలో పురోగతి సాధించింది.

సామాజిక ఒప్పందం

సామాజిక ఒప్పందం అనేది ప్రజలు ప్రభుత్వాన్ని ఏర్పాటు చేయడానికి చేసిన ఒప్పందం. ఈ ఒప్పందం ప్రకారం, ప్రజలు తమ స్వేచ్ఛ కొంత భాగాన్ని ప్రభుత్వానికి అప్పగిస్తారు, ప్రభుత్వం వారి హక్కులను రక్షిస్తుందని భరిస్తారు. సామాజిక ఒప్పందం యొక్క ఆలోచన జ్ఞానోదయ తత్వవేత్తలచే రూపొందించబడింది, వీరిలో జాన్ లాక్, జీన్-జాక్వేస్ రూసో మరియు థామస్ జెఫర్సన్ ఉన్నారు.

శాస్త్రీయ పురోగతి

శాస్త్రీయ పురోగతి అనేది శాస్త్రంలో జరిగిన ముందడుగులు. జ్ఞానోదయ కాలంలో, శాస్త్రం యొక్క ప్రాముఖ్యత

గణనీయంగా పెరిగింది. శాస్త్రవేత్తలు ప్రపంచాన్ని అర్థం చేసుకోవడానికి కొత్త మార్గాలను కనుగొన్నారు, ఇది సామాజిక మరియు రాజకీయ ఆలోచనలను ప్రభావితం చేసింది.

ఈ భావనల పెరుగుదల యొక్క ప్రభావాలు

ఈ భావనల పెరుగుదల యొక్క అనేక ప్రభావాలు ఉన్నాయి. అవి:

- స్వాతంత్ర్యం మరియు సమానత్వం కోసం ఉద్యమాలకు ప్రేరణ ఇచ్చాయి.
- ప్రజాస్వామ్యం మరియు చట్టపాలన యొక్క అభివృద్ధికి దారితీశాయి.
- అంతర్జాతీయ చట్టం మరియు సంస్థల అభివృద్ధికి దారితీశాయి.

ఈ భావనలు ఈ రోజున కూడా సమాజాన్ని ప్రభావితం చేస్తున్నాయి. అవి ప్రజలు తమ హక్కులను రక్షించుకోవడానికి మరియు మంచి ప్రపంచాన్ని సృష్టించడానికి ఉపయోగించే ఆధారాలను అందిస్తాయి.

Chapter 6: Romantic Reactions: Emotions and the Individual

అధ్యాయం 6: రోమాంటిక్ ప్రతిచర్యలు - భావోద్వేగాలు మరియు వ్యక్తిత్వం

రోమాంటిక్ ఉద్యమం

రోమాంటిక్ ఉద్యమం అనేది 18 వ శతాబ్దం చివరి నుండి 19 వ శతాబ్దం మధ్యకాలంలో ఐరోపాలో ఏర్పడిన ఒక సాంస్కృతిక ఉద్యమం. ఈ ఉద్యమం జ్ఞానోదయం యొక్క ఆలోచనలకు వ్యతిరేకంగా ఉంది. జ్ఞానోదయం కారణం మరియు విమర్శనాత్మక ఆలోచనలను ప్రోత్సహించింది. రోమాంటిక్ ఉద్యమం భావోద్వేగాలు, ఊహ మరియు వ్యక్తిత్వం యొక్క ప్రాముఖ్యతను నొక్కి చెప్పింది.

రోమాంటిక్ ఉద్యమం యొక్క లక్షణాలు

రోమాంటిక్ ఉద్యమం యొక్క కొన్ని లక్షణాలు:

భావోద్వేగాలకు ప్రాముఖ్యత: రోమాంటిక్లు భావోద్వేగాలను, ముఖ్యంగా ప్రేమ, దుఃఖం మరియు విస్మయాన్ని చాలా విలువైనవిగా భావించారు.

ఊహకు ప్రాముఖ్యత: రోమాంటిక్లు ఊహను ఒక శక్తివంతమైన సాధనంగా భావించారు, ఇది ప్రపంచాన్ని కొత్త మార్గాల్లో అర్థం చేసుకోవడానికి సహాయపడుతుంది.

- వ్యక్తిత్వానికి ప్రాముఖ్యత: రోమాంటిక్లు వ్యక్తిత్వాన్ని గౌరవించారు మరియు ప్రతి ఒక్కరికీ తమ స్వంత ప్రత్యేకమైన ప్రతిభ మరియు ఆలోచనలు ఉన్నాయని నమ్మారు.

రోమాంటిక్ ఉద్యమం యొక్క ప్రభావాలు

రోమాంటిక్ ఉద్యమం సాహిత్యం, కళ, సంగీతం మరియు రాజకీయాలపై గణనీయమైన ప్రభావాన్ని చూపింది.

- సాహిత్యంలో, రోమాంటిక్లు కవితలు, నవలలు మరియు నాటకాలలో భావోద్వేగాలు, ఊహ మరియు వ్యక్తిత్వాన్ని అన్వేషించారు.

- కళలో, రోమాంటిక్లు ప్రకృతి యొక్క అందాన్ని మరియు మానవ భావోద్వేగాలను చిత్రించడానికి ప్రత్యేకమైన శైలిని ఉపయోగించారు.

- సంగీతంలో, రోమాంటిక్లు భావోద్వేగాన్ని ప్రేరేపించే మరియు ఊహను ప్రేరేపించే శైలిని అభివృద్ధి చేశారు.

- రాజకీయాలలో, రోమాంటిక్లు స్వేచ్చ, సమానత్వం మరియు ప్రజాస్వామ్యం యొక్క ఆలోచనలను ప్రోత్సహించారు.

రోమాంటిక్ ఉద్యమం యొక్క వారసత్వం

రోమాంటిక్ ఉద్యమం యొక్క వారసత్వం నేటికీ కొనసాగుతోంది. భావోద్వేగాలు, ఊహ మరియు వ్యక్తిత్వం యొక్క ప్రాముఖ్యతపై దృష్టి పెట్టడం రోమాంటిక్ ఉద్యమం యొక్క ఒక ముఖ్యమైన వారసత్వం.

హెగెల్, షెల్లింగ్, కియర్కెగార్డ్, నీచే వంటి ఆలోచనాపరుల రచనలు

19 వ శతాబ్దం ఇరోపాలో తత్వశాస్త్రంలో ఒక ముఖ్యమైన కాలం. ఈ కాలంలో, అనేక ప్రముఖ ఆలోచనాపరులైన హెగెల్, షెల్లింగ్, కియర్కెగార్డ్ మరియు నీచే తమ రచనలతో తత్వశాస్త్రాన్ని మరింత సమగ్రమైన మరియు ప్రగతిశీల శాస్త్రంగా మార్చారు.

హెగెల్

గోట్ఫ్రీడ్ విల్హెల్మ్ ఫ్రెడరిక్ హెగెల్ (1770-1831) ఒక జర్మన్ తత్వవేత్త. అతను తన "తత్వశాస్త్రం యొక్క సిస్టమ్" అనే రచనలో చరిత్రను ఒక పురోగమన ప్రక్రియగా చూశాడు. హెగెల్ యొక్క ఆలోచనలు 20 వ శతాబ్దపు తత్వశాస్త్రంపై గణనీయమైన ప్రభావాన్ని చూపించాయి.

షెల్లింగ్

ఫెర్డినాండ్ షెల్లింగ్ (1775-1854) ఒక జర్మన్ తత్వవేత్త. అతను తన "అవుట్లైన్స్ ఆఫ్ ది ఫిలాసఫీ ఆఫ్ స్పిరిట్" అనే రచనలో ఆత్మ యొక్క అభివృద్ధిని అన్వేషించాడు. షెల్లింగ్ యొక్క ఆలోచనలు 19 వ శతాబ్దపు నాస్తిక తత్వశాస్త్రంపై గణనీయమైన ప్రభావాన్ని చూపించాయి.

కియర్కెగార్డ్

సోరెన్ ఆర్కండ్ జోహాన్ కియర్కెగార్డ్ (1813-1855) ఒక డేనిష్ తత్వవేత్త. అతను తన "ప్రేమ, భయం మరియు భయం" అనే రచనలో భావోద్వేగాల యొక్క ప్రాముఖ్యతను

అన్వేషించాడు. కియర్కెగార్డ్ యొక్క ఆలోచనలు 20 వ శతాబ్దపు హేతువాద వ్యతిరేక తత్వశాస్త్రంపై గణనీయమైన ప్రభావాన్ని చూపించాయి.

నీచే

ఫ్రెడరిక్ విల్హెల్మ్ నీచే (1844-1900) ఒక జర్మన్ తత్వవేత్త. అతను తన "ద ట్రాజెడి ఆఫ్ విస్డమ్" అనే రచనలో విచారం మరియు అసంతృప్తి యొక్క ప్రాముఖ్యతను అన్వేషించాడు. నీచే యొక్క ఆలోచనలు 20 వ శతాబ్దపు ఆధునికతపై గణనీయమైన ప్రభావాన్ని చూపించాయి.

వ్యక్తిగతత్వం, ఉనికివాదం, వాస్తవికత స్వభావం

వ్యక్తిగతత్వం, ఉనికివాదం మరియు వాస్తవికత యొక్క స్వభావం అనేవి తత్వశాస్త్రం యొక్క కొన్ని ముఖ్యమైన అంశాలు. ఈ అంశాలు మనం మన స్వంత జీవితాలను అర్థం చేసుకోవడానికి మరియు మన చుట్టూ ఉన్న ప్రపంచాన్ని అర్థం చేసుకోవడానికి సహాయపడతాయి.

వ్యక్తిగతత్వం

వ్యక్తిగతత్వం అనేది మన ప్రత్యేకమైన లక్షణాలు మరియు లక్షణాల సమితి. ఇది మన ఆలోచనలు, భావాలు, నమ్మకాలు, విలువలు మరియు ప్రవర్తనలను ప్రభావితం చేస్తుంది.

ఉనికివాదం

ఉనికివాదం అనేది ఒక తత్వశాస్త్రం, ఇది మన జీవితాలకు అర్థం మరియు లక్ష్యాన్ని ఎలా కనుగొనాలనే దానిపై దృష్టి పెడుతుంది. ఉనికివాదులు మనం ముందుగానే నిర్ణయించబడిన లేదా నిర్దేశించబడిన జీవితాలను కలిగి లేమని నమ్ముతారు. బదులుగా, మనం మన జీవితాలను స్వయంగా సృష్టించాలి.

వాస్తవికత యొక్క స్వభావం

వాస్తవికత యొక్క స్వభావం అనేది వాస్తవిక ప్రపంచం యొక్క స్వభావం గురించి ఒక తత్వశాస్త్ర ప్రశ్న. ఈ ప్రశ్నకు అనేక విభిన్న సమాధానాలు ఉన్నాయి. కొంతమంది తత్వవేత్తలు వాస్తవికత అనేది మన భావోద్వేగాలు మరియు అనుభవాల ద్వారా నిర్మించబడినదని నమ్ముతారు. మరికొందరు

తత్వవేత్తలు వాస్తవికత అనేది మనం భౌతికంగా జీవించే ప్రపంచం అని నమ్ముతారు.

ఈ అంశాల మధ్య సంబంధం

ఈ అంశాలు ఒకదానికొకటి సంబంధం కలిగి ఉన్నాయి. వ్యక్తిగతత్వం మనం మన జీవితాలను ఎలా స్వయంగా సృష్టించాలో నిర్ణయిస్తుంది. ఉనికివాదం మనం మన జీవితాలకు అర్థం మరియు లక్ష్యాన్ని ఎలా కనుగొనాలో మార్గదర్శకత్వం అందిస్తుంది. వాస్తవికత యొక్క స్వభావం మనం మన జీవితాలను ఎలా అర్థం చేసుకోవాలో మరియు మన చుట్టూ ఉన్న ప్రపంచాన్ని ఎలా అర్థం చేసుకోవాలో ప్రభావితం చేస్తుంది.

వ్యక్తిగతత్వం మరియు ఉనికివాదం

వ్యక్తిగతత్వం మరియు ఉనికివాదం మధ్య ఒక ముఖ్యమైన సంబంధం ఉంది. వ్యక్తిగతత్వం మనం మన జీవితాలను ఎలా స్వయంగా సృష్టించాలో నిర్ణయిస్తుంది. ఉనికివాదం మనం మన జీవితాలకు అర్థం మరియు లక్ష్యాన్ని ఎలా కనుగొనాలో మార్గదర్శకత్వం అందిస్తుంది.

Chapter 7: Modern Meltdown: Fragmentation and Challenges

అధ్యాయం 7: ఆధునిక సందిగ్దత - విభజన మరియు సవాళ్లు

20వ మరియు 21వ శతాబ్దాలలోని విభిన్నమైన మరియు తరచుగా విరుద్ధమైన ఘనతత్వ ప్రవాహాలు

20వ మరియు 21వ శతాబ్దాలు ఘనతత్వంలో ఒక శక్తివంతమైన మరియు వినూత్నమైన కాలం. ఈ కాలంలో, అనేక విభిన్న మరియు తరచుగా విరుద్ధమైన ఘనతత్వ ప్రవాహాలు అభివృద్ధి చెందాయి.

ఈ ప్రవాహాలలో కొన్ని:

విమర్శనాత్మక ఘనతత్వం: విమర్శనాత్మక ఘనతత్వం అనేది ఘనతత్వాన్ని సాంస్కృతిక మరియు చారిత్రక సందర్భంలో అర్థం చేసుకోవడానికి దృష్టి పెడుతుంది. ఈ ప్రవాహం ఘనతత్వాన్ని ఒక స్వతంత్ర మరియు నిర్ణయాత్మక శాస్త్రంగా చూడకుండా, సమాజం మరియు చరిత్ర యొక్క ఉత్పత్తిగా చూస్తుంది.

లింగ ఘనతత్వం: లింగ ఘనతత్వం అనేది ఘనతత్వాన్ని లింగం యొక్క కోణం నుండి అధ్యయనం చేస్తుంది. ఈ ప్రవాహం ఘనతత్వాన్ని లింగ భేదాలు మరియు

అసమానతలను అర్థం చేసుకోవడానికి ఉపయోగించే ఒక సాధనంగా చూస్తుంది.

* తెగ ఘనతత్వం: తెగ ఘనతత్వం అనేది ఘనతత్వాన్ని తెగగాల యొక్క కోణం నుండి అధ్యయనం చేస్తుంది. ఈ ప్రవాహం ఘనతత్వాన్ని తెగ భేదాలు మరియు అసమానతలను అర్థం చేసుకోవడానికి ఉపయోగించే ఒక సాధనంగా చూస్తుంది.

* పర్యావరణ ఘనతత్వం: పర్యావరణ ఘనతత్వం అనేది ఘనతత్వాన్ని పర్యావరణం యొక్క కోణం నుండి అధ్యయనం చేస్తుంది. ఈ ప్రవాహం ఘనతత్వాన్ని పర్యావరణ సమస్యలను అర్థం చేసుకోవడానికి మరియు పరిష్కరించడానికి ఉపయోగించే ఒక సాధనంగా చూస్తుంది.

* అప్ల్యెడ్ ఘనతత్వం: అప్ల్యెడ్ ఘనతత్వం అనేది ఘనతత్వాన్ని అభ్యాసంలో ఉపయోగించడానికి దృష్టి పెడుతుంది. ఈ ప్రవాహం ఘనతత్వాన్ని సామాజిక సమస్యలను పరిష్కరించడానికి, సంస్థలను మెరుగుపరచడానికి మరియు వ్యక్తుల జీవితాలను మెరుగుపరచడానికి ఉపయోగించే ఒక సాధనంగా చూస్తుంది.

ఉనికివాదం, పరామర్శశాస్త్రం, విశ్లేషణాత్మక ఘనతత్వం, స్త్రీవాదం, పోస్ట్‌కాలనీవాదం, పర్యావరణవాదం వంటి ఉద్యమాలు 20వ మరియు 21వ శతాబ్దాలలో తత్వశాస్త్రంలో ఒక ముఖ్యమైన పాత్ర పోషించాయి. ఈ ఉద్యమాలు మానవ జీవితం, అర్థం, మరియు సమాజం గురించి మన అవగాహనను మార్చాయి.

ఉనికివాదం అనేది ఒక తత్వశాస్త్రం, ఇది మన జీవితాలకు అర్థం మరియు లక్ష్యాన్ని ఎలా కనుగొనాలనే దానిపై దృష్టి పెడుతుంది. ఉనికివాదులు మనం ముందుగానే నిర్ణయించబడిన లేదా నిర్దేశించబడిన జీవితాలను కలిగి లేమని నమ్ముతారు. బదులుగా, మనం మన జీవితాలను స్వయంగా సృష్టించాలి.

పరామర్శశాస్త్రం అనేది ఒక తత్వశాస్త్రం, ఇది మన జ్ఞానం యొక్క స్వభావం మరియు పరిమితులను అధ్యయనం చేస్తుంది. పరామర్శవాదులు మన జ్ఞానం ఎల్లప్పుడూ పరిమితంగా ఉంటుందని మరియు మనం ఎల్లప్పుడూ మన జ్ఞానాన్ని సవాలు చేయాలి.

విశ్లేషణాత్మక ఘనతత్వం అనేది ఒక తత్వశాస్త్రం, ఇది మన ఆలోచనల యొక్క నిర్మాణం మరియు వాటిని ఎలా ఉపయోగించాలో అధ్యయనం చేస్తుంది. విశ్లేషణాత్మక ఘనతావాదులు మన ఆలోచనలు యొక్క నిర్మాణాన్ని అర్థం చేసుకోవడం ద్వారా మనం మరింత తెలివైన మరియు సమర్ధవంతమైన మార్గంలో ఆలోచించగలమని నమ్ముతారు.

స్త్రీవాదం అనేది ఒక ఉద్యమం, ఇది మహిళల హక్కులను మరియు సమానత్వాన్ని ప్రోత్సహిస్తుంది. స్త్రీవాదులు

మహిళలు మరియు పురుషులు సమానమైన అవకాశాలు మరియు చట్టపరమైన రక్షణలను కలిగి ఉండాలని నమ్ముతారు.

పోస్ట్‌కాలనీవాదం అనేది ఒక ఉద్యమం, ఇది కాలనీవాదం యొక్క వారసత్వం మరియు దాని ప్రభావాలను అధ్యయనం చేస్తుంది. పోస్ట్‌కాలనీవాదులు కాలనీవాదం మహిళలు, అల్పసంఖ్యాకులు మరియు ఇతర అణచివేత జనాభాలపై ప్రతికూల ప్రభావాన్ని చూపిందని నమ్ముతారు.

పర్యావరణవాదం అనేది ఒక ఉద్యమం, ఇది పర్యావరణాన్ని రక్షించడానికి మరియు మెరుగుపరచడానికి ప్రయత్నిస్తుంది.

సాంకేతిక పురోగతి, గ్లోబలీకరణ, పర్యావరణ సంక్షోభాలు వంటి సమస్యలు ఎలాంటి సవాళ్లు విసురుతున్నాయో విశ్లేషిద్దాం.

సాంకేతిక పురోగతి, గ్లోబలీకరణ, పర్యావరణ సంక్షోభాలు అనేవి మన సమాజాన్ని ప్రభావితం చేస్తున్న మూడు ప్రధాన సమస్యలు. ఈ సమస్యలు ప్రపంచవ్యాప్తంగా అనేక సవాళ్లను సృష్టిస్తున్నాయి.

సాంకేతిక పురోగతి అనేది మన జీవితాలను మరింత సౌకర్యవంతంగా మరియు సమర్థవంతంగా మార్చింది. అయితే, ఇది కొత్త సమస్యలను కూడా సృష్టించింది. ఉదాహరణకు, సాంకేతిక అభివృద్ధి వల్ల ఉద్యోగాల నష్టం, సమాచార వ్యతిరేకత మరియు వ్యసనం వంటి సమస్యలు తలెత్తుతున్నాయి.

గ్లోబలీకరణ అనేది దేశాల మధ్య వ్యాపారం, సంస్కృతి మరియు సమాచార ప్రసారం పెరుగుదలను సూచిస్తుంది. గ్లోబలీకరణ అనేక ప్రయోజనాలను కలిగి ఉంది, అయితే ఇది కొత్త సవాళ్లను కూడా సృష్టిస్తుంది. ఉదాహరణకు, గ్లోబలీకరణ వల్ల పర్యావరణ కాలుష్యం, అసమానత మరియు హింస వంటి సమస్యలు తలెత్తుతున్నాయి.

పర్యావరణ సంక్షోభాలు అనేవి భూమిపై జీవితానికి ప్రమాదం కలిగించే సమస్యలు. పర్యావరణ సంక్షోభాల కారణంగా వాతావరణ మార్పు, వన్యప్రాణుల అంతరించిపోవడం, మరియు సముద్ర మట్టం పెరగడం వంటి సమస్యలు తలెత్తుతున్నాయి.

ఈ సమస్యలన్నీ ప్రపంచవ్యాప్తంగా అనేక సవాళ్లను సృష్టిస్తున్నాయి. ఈ సవాళ్లను అధిగమించడానికి మనం కలిసి పని చేయాలి.

ఈ సవాళ్లను అధిగమించడానికి కొన్ని మార్గాలు:

- సాంకేతిక పురోగతిని సమాజానికి మేలు చేయడానికి ఉపయోగించడం: మనం సాంకేతికతను ఉపయోగించి పర్యావరణాన్ని రక్షించడం, అసమానతను తగ్గించడం మరియు ప్రజలకు మెరుగైన జీవన ప్రమాణాలను అందించడం వంటి వాటిపై దృష్టి పెట్టాలి.

- గ్లోబలీకరణను సమర్థవంతంగా నిర్వహించడం: గ్లోబలీకరణ యొక్క ప్రయోజనాలను పొందడానికి మరియు దాని ప్రతికూల ప్రభావాలను తగ్గించడానికి మనం కలిసి పని చేయాలి.

- పర్యావరణ సంక్షోభాలను ఎదుర్కోవడం: పర్యావరణ సంక్షోభాలను ఎదుర్కోవడానికి మనం అన్ని దేశాలు కలిసి పని చేయాలి.

Chapter 8: Futurescapes: Emerging Trends and Possibilities

అధ్యాయం 8: భవిష్యత్ దృశ్యాలు - కొత్త ధోరణులు మరియు అవకాశాలు

వేగవంతమైన మార్పు మరియు అనిశ్చితి ముందు ఘనతత్వం యొక్క భవిష్యత్ దిశలను ఊహిద్దాం

ప్రారంభం

వేగవంతమైన మార్పు మరియు అనిశ్చితి ఈ రోజు ప్రపంచాన్ని కదిలిస్తోంది. ఈ పరిస్థితులలో, ఘనతత్వం యొక్క భవిష్యత్తు ఏమిటి?

ఈ ప్రశ్నకు సమాధానం ఇవ్వడానికి, మనం మొదట ఘనతత్వం అంటే ఏమిటి అనే దానిపై అవగాహన పొందాలి. ఘనతత్వం అనేది ఒక వ్యక్తి లేదా సంస్థ యొక్క నైతిక మరియు నైతిక మూల్యాలు మరియు నమ్మకాల సమితి. ఇది విశ్వసనీయత, న్యాయం, సమానత్వం, మరియు ఇతర విలువలను కలిగి ఉంటుంది.

ఘనతత్వం యొక్క ప్రాముఖ్యత అనేది స్పష్టం. ఇది సమాజం యొక్క ఆధారం మరియు శ్రేయస్సుకు అవసరం. అయితే, వేగవంతమైన మార్పు మరియు అనిశ్చితి ఘనతత్వాన్ని ఎలా ప్రభావితం చేస్తాయో అర్థం చేసుకోవడం ముఖ్యం.

వేగవంతమైన మార్పు మరియు అనిశ్చితి ఘనతత్వాన్ని ఎలా ప్రభావితం చేస్తాయి?

వేగవంతమైన మార్పు మరియు అనిశ్చితి ఘనతత్వాన్ని అనేక విధాలుగా ప్రభావితం చేస్తాయి. మొదట, అవి ఘనతత్వం యొక్క ప్రాముఖ్యతను పెంచుతాయి. ఈ అనిశ్చిత కాలంలో, ప్రజలు విశ్వసనీయమైన మరియు న్యాయమైన సంస్థలను కోరుకుంటారు. రెండవది, వేగవంతమైన మార్పు మరియు అనిశ్చితి ఘనతత్వం యొక్క అవసరాన్ని పెంచుతాయి. ఈ కొత్త ప్రపంచంలో, ఘనతత్వం ప్రజలు మరియు సంస్థలు విజయం సాధించడానికి అవసరం.

ఘనతత్వం యొక్క భవిష్యత్ దిశలు

వేగవంతమైన మార్పు మరియు అనిశ్చితి ఘనతత్వం యొక్క భవిష్యత్తును ప్రభావితం చేస్తాయి. ఈ పరిస్థితులలో, ఘనతత్వం మరింత ముఖ్యమైనది మరియు అవసరం.

ఘనతత్వం యొక్క భవిష్యత్ దిశలలో కొన్ని:

- ఘనతత్వం మరింత సమగ్రంగా మారుతుంది. ఘనతత్వం యొక్క సాంప్రదాయ విలువలు ఇప్పటికీ ముఖ్యమైనవి, కానీ అవి ఇప్పుడు మరింత విస్తృతంగా అర్థం చేసుకోబడతాయి. ఘనతత్వం ఇప్పుడు సామాజిక, పర్యావరణ మరియు ఆర్థిక అంశాలను కూడా కలిగి ఉంటుంది.

కృత్రిమ మేధస్సు మరియు బయోటెక్నాలజీ వంటి కొత్త సాంకేతికతలు ఘనతత్వ పరిశోధనపై ఎలాంటి ప్రభావం చూపుతాయో చర్చిద్దాం

ఘనతత్వం అనేది ఒక ద్రవ్యం లేదా పదార్థం యొక్క ద్రవ్యరాశి మరియు పరిమాణం యొక్క నిష్పత్తి. ఇది ఒక భౌతిక పరిమాణం, ఇది ఘన పదార్థాల యొక్క లక్షణాలను వివరించడానికి ఉపయోగించబడుతుంది. ఘనతత్వ పరిశోధన అనేది ఘన పదార్థాల యొక్క ఘనతను అధ్యయనం చేసే శాస్త్రం. ఇది ఘన పదార్థాల యొక్క లక్షణాలు మరియు ప్రవర్తనను అర్థం చేసుకోవడంలో సహాయపడుతుంది.

కృత్రిమ మేధస్సు (AI) మరియు బయోటెక్నాలజీ వంటి కొత్త సాంకేతికతలు ఘనతత్వ పరిశోధనపై గణనీయమైన ప్రభావాన్ని చూపుతున్నాయి. ఈ సాంకేతికతలు ఘన పదార్థాల యొక్క ఘనతను మరింత ఖచ్చితంగా మరియు సమర్థవంతంగా అంచనా వేయడానికి, ఘన పదార్థాల యొక్క లక్షణాలను మెరుగుపరచడానికి మరియు కొత్త ఘన పదార్థాలను రూపొందించడానికి ఉపయోగించబడుతున్నాయి.

AI ఘనతత్వ పరిశోధనపై ప్రభావం

AI ఘనతత్వ పరిశోధనపై అనేక రకాలుగా ప్రభావం చూపుతోంది. ఒక విధంగా, AI ఘన పదార్థాల యొక్క ఘనతను మరింత ఖచ్చితంగా మరియు సమర్థవంతంగా అంచనా వేయడానికి ఉపయోగించబడుతుంది. AI-ఆధారిత ఘనత అంచనా మోడల్లు ఘన పదార్థాల యొక్క భౌతిక లక్షణాల

గురించి సమాచారాన్ని ఉపయోగించి ఘనతను అంచనా వేస్తాయి. ఈ మోడళ్లు సాంప్రదాయిక పద్ధతుల కంటే చాలా ఖచ్చితమైనవి మరియు సమర్థవంతమైనవి.

AI ఘన పదార్థాల యొక్క లక్షణాలను మెరుగుపరచడానికి కూడా ఉపయోగించబడుతుంది. AI-ఆధారిత ఘన పదార్థాల రూపకల్పన సాధనాలు ఘన పదార్థాల యొక్క లక్షణాలను మెరుగుపరచడానికి ఉత్తమమైన పదార్థాల కలయికను కనుగొనడానికి సహాయపడతాయి. ఈ సాధనాలు ఘన పదార్థాల యొక్క భౌతిక లక్షణాల మధ్య సంబంధాలను అధ్యయనం చేయడానికి AIని ఉపయోగిస్తాయి.

బయోఎథిక్స్, పోస్ట్‌హ్యూమనిజం, మారుతున్న ప్రపంచంలో అర్థం కోసం శోధన

ఈ శతాబ్దం ప్రారంభంలో, మానవజాతి గణనీయమైన మార్పులను ఎదుర్కొంటోంది. సాంకేతికత యొక్క అభివృద్ధి, జనాభా పెరుగుదల మరియు వాతావరణ మార్పు వంటి అంశాలు మన సమాజాన్ని మరియు మన భావించిన విధానాన్ని మార్చుతున్నాయి. ఈ మార్పులతో పాటు కొత్త సవాళ్లు మరియు అవకాశాలు కూడా వస్తున్నాయి.

ఈ కొత్త శతాబ్దంలో మనం ఎదుర్కొంటున్న కొన్ని ప్రధాన సవాళ్లలో బయోఎథిక్స్, పోస్ట్‌హ్యూమనిజం మరియు మారుతున్న ప్రపంచంలో అర్థం కోసం శోధన ఉన్నాయి.

బయోఎథిక్స్

బయోఎథిక్స్ అనేది మానవ జీవితం మరియు ఆరోగ్యంపై ప్రభావం చూపే సైన్స్ మరియు సాంకేతికతల యొక్క నైతికతను అధ్యయనం చేసే ఒక రంగం. జన్యు మార్పులు, కృత్రిమ మేధస్సు మరియు జీవవైద్యం వంటి అంశాలు బయోఎథిక్స్‌లో కొన్ని ప్రధాన సమస్యలను సృష్టిస్తాయి.

జన్యు మార్పులు వ్యక్తుల ఆరోగ్యాన్ని మెరుగుపరచడానికి లేదా కొత్త లక్షణాలను సృష్టించడానికి ఉపయోగించవచ్చు. అయితే, జన్యు మార్పుల యొక్క దీర్ఘకాలిక ప్రభావాలు ఏమిటో మనకు తెలియదు. జన్యు మార్పుల యొక్క నైతికతను పరిశోధించడం మరియు అవి ఉపయోగించబడే విధానాన్ని నియంత్రించడానికి చట్టాలు మరియు నియమాలను అభివృద్ధి చేయడం ముఖ్యం.

కృత్రిమ మేధస్సు కూడా బయోఎథిక్స్‌లో ఒక ముఖ్యమైన సమస్య. కృత్రిమ మేధస్సును వైద్యం, విద్య మరియు ఇతర రంగాలలో ఉపయోగించవచ్చు. అయితే, కృత్రిమ మేధస్సును ఉపయోగించే విధానాన్ని నియంత్రించడం ముఖ్యం. కృత్రిమ మేధస్సును సామాజిక న్యాయం మరియు సమానత్వాన్ని ప్రోత్సహించడానికి ఉపయోగించాలి.

జీవవైద్యం మరోక ముఖ్యమైన బయోఎథిక్స్ సమస్య. జీవవైద్యం వ్యాధులను నిర్ధారించడానికి, చికిత్స చేయడానికి మరియు నివారించడానికి ఉపయోగించవచ్చు. అయితే, జీవవైద్యం యొక్క ఖర్చు మరియు దుష్ప్రభావాలు ముఖ్యమైన ఆందోళనలను సృష్టిస్తాయి. జీవవైద్యాన్ని అందరికీ అందుబాటులో ఉంచడానికి మరియు దాని యొక్క దుష్ప్రభావాలను తగ్గించడానికి చర్యలు తీసుకోవడం ముఖ్యం.

Chapter 9: Conclusion: The Enduring Quest Continues

అధ్యాయం 9: నిర్ణయం: నిరంతర అన్వేషణ కొనసాగుతుంది

ఘనతత్వ పరిణామాల యాత్రలో మనం నేర్చుకున్న ప్రధాన పాఠాలు

ఘనతత్వ పరిణామాలు అనేది ఒక సుదీర్ఘమైన మరియు క్లిష్టమైన ప్రక్రియ. ఈ యాత్రలో, మనం అనేక పాఠాలను నేర్చుకున్నాము. ఈ పాఠాలను మనం గుర్తంచుకోవడం ముఖ్యం, ఎందుకంటే అవి మనం ముందుకు సాగడానికి మరియు ఘనతత్వ పరిణామాలను మరింత సమర్థవంతంగా చేయడానికి సహాయపడతాయి.

పాఠం 1: ఘనత అనేది ఒక స్వీయ-నిర్మాణ ప్రక్రియ

ఘనత అనేది ఒక స్వీయ-నిర్మాణ ప్రక్రియ. ఇది మనం ఒకరిగా ఎవరో కావడానికి మరియు మన జీవితంలోని అర్థాన్ని కనుగొనడానికి చేసే ప్రయాణం. ఈ ప్రయాణంలో, మనం అనేక సవాళ్లు మరియు అవకాశాలను ఎదుర్కొంటాము. మనం మన స్వంత పరిమితులను అధిగమించాలి మరియు మన జీవితంలో మార్పులను తీసుకోవడానికి సిద్ధంగా ఉండాలి.

పాఠం 2: ఘనత అనేది ఒక సహకార ప్రక్రియ

ఘనత అనేది ఒక సహకార ప్రక్రియ. ఇది మనకు మద్దతు ఇచ్చే మరియు మనకు తోడుగా ఉండే ఇతరులతో కలిసి

పనిచేయడం అవసరం. ఈ ఇతరులలో కుటుంబం, స్నేహితులు, ఉపాధ్యాయులు, పూజారులు మరియు ఇతర సమాజ సభ్యులు ఉండవచ్చు. మనం ఇతరుల నుండి తెలుసుకోవడానికి మరియు వారి నుండి ప్రేరణ పొందడానికి సిద్ధంగా ఉండాలి.

పాఠం 3: ఘనత అనేది ఒక జీవితకాల ప్రయాణం

ఘనత అనేది ఒక జీవితకాల ప్రయాణం. ఇది ఒక రోజులో లేదా ఒక సంవత్సరంలో సాధించలేనిది. ఇది దీర్ఘకాలిక కృషి మరియు నిబద్ధత అవసరం. మనం ఎల్లప్పుడూ నేర్చుకుంటూ, పెరుగుతూ మరియు మెరుగుపడుతూ ఉండాలి.

పాఠం 4: ఘనత అనేది ఒక ప్రయాణం, గమ్యం కాదు

ఘనత అనేది ఒక ప్రయాణం, గమ్యం కాదు. మనం ఎప్పటికి పూర్తిగా ఘనంగా ఉండలేము. మనం ఎల్లప్పుడూ మెరుగుపడే అవకాశం ఉంది. ఘనత అనేది మనం ఎక్కడ ఉన్నామో కాదు, మనం ఎక్కడికి వెళుతున్నామో.

పాఠం 5: ఘనత అనేది ఒక ఎంపిక

ఘనత అనేది ఒక ఎంపిక. ఇది మనం చేసే ఎంపిక. మనం ఘనంగా ఉండాలనుకుంటే, మనం కష్టపడాలి మరియు నిబద్ధత చూపాలి. మనం మన స్వంత పరిమితులను అధిగమించడానికి మరియు మన జీవితంలో మార్పులను తీసుకోవడానికి సిద్ధంగా ఉండాలి.

నిరంతర మేధోపరిశోధన మరియు విమర్శనాత్మక ఆలోచనల ప్రాముఖ్యతను మరింత ఇఱితీద్ధాం

ప్రపంచం చాలా వేగంగా మారుతోంది. కొత్త సాంకేతికతలు, ఆలోచనలు మరియు అవకాశాలు నిరంతరం ఉద్భవిస్తున్నాయి. ఈ మార్పులను అనుసరించడానికి మరియు విజయం సాధించడానికి, మనం నిరంతరం మేధోపరిశోధన మరియు విమర్శనాత్మక ఆలోచనలను అభివృద్ధి చేయాలి.

మేధోపరిశోధన అనేది కొత్త ఆలోచనలు మరియు సృజనాత్మక పరిష్కారాలను కనుగొనే ప్రక్రియ. ఇది సమస్యలను పరిష్కరించడానికి, కొత్త ఆవిష్కరణలను చేయడానికి మరియు కొత్త అవకాశాలను అన్వేషించడానికి అవసరం.

విమర్శనాత్మక ఆలోచన అనేది సమాచారాన్ని విశ్లేషించడానికి, ఆధారాలను అంచనా వేయడానికి మరియు నిర్ణయాలు తీసుకోవడానికి ఉపయోగించే ప్రక్రియ. ఇది నిజం మరియు అబద్ధాన్ని వేరు చేయడానికి, ప్రభావవంతమైన వాదనలను రూపొందించడానికి మరియు సమస్యలను పరిష్కరించడానికి అవసరం.

నిరంతర మేధోపరిశోధన మరియు విమర్శనాత్మక ఆలోచనల ప్రాముఖ్యత

విజయం సాధించడానికి: మార్కెట్‌లో ముందంజలో ఉండటానికి మరియు కొత్త అవకాశాలను అన్వేషించడానికి, మనం నిరంతరం కొత్త ఆలోచనలు మరియు సృజనాత్మక పరిష్కారాలను కనుగొనాలి.

- సమస్యలను పరిష్కరించడానికి: ప్రపంచంలోని అనేక సమస్యలకు పరిష్కారాలు కనుగొనడానికి, మనం సమస్యలను మరింత లోతుగా అర్థం చేసుకోవడానికి మరియు సృజనాత్మక పరిష్కారాలను రూపొందించడానికి మేధోపరిశోధన అవసరం.

- ఆరోగ్యకరమైన జీవితాన్ని గడపడానికి: మన చుట్టూ ఉన్న ప్రపంచాన్ని మరింత బాగా అర్థం చేసుకోవడానికి మరియు మన జీవితాలను మెరుగుపరచడానికి, విమర్శనాత్మక ఆలోచన అవసరం.

నిరంతర మేధోపరిశోధన మరియు విమర్శనాత్మక ఆలోచనలను ఎలా అభివృద్ధి చేయాలి

మేధోపరిశోధన మరియు విమర్శనాత్మక ఆలోచనలను అభివృద్ధి చేయడానికి అనేక మార్గాలు ఉన్నాయి. కొన్ని ఉదాహరణలు:

- చదవడం: కొత్త ఆలోచనలు మరియు సమాచారాన్ని కనుగొనడానికి చదవడం ఒక గొప్ప మార్గం.

- ప్రశ్నించడం: మన చుట్టూ ఉన్న ప్రపంచాన్ని అర్థం చేసుకోవడానికి ప్రశ్నించడం ముఖ్యం.

పాఠకులు తమ స్వంత ఘనతత్వ ప్రయాణాన్ని ప్రారంభించి, ఉనికి యొక్క శాశ్వత ప్రశ్నలతో ముఖాముఖి కావలని ప్రోత్సహిద్దాం

పాఠకులు తమ స్వంత ఘనతత్వ ప్రయాణాన్ని ప్రారంభించడానికి మరియు ఉనికి యొక్క శాశ్వత ప్రశ్నలతో ముఖాముఖి కావడానికి ప్రోత్సహించడం చాలా ముఖ్యం. ఇది వారికి వారి జీవితాలలో మరింత అర్థాన్ని కనుగొనడానికి మరియు వారి సమగ్రతను అభివృద్ధి చేయడానికి సహాయపడుతుంది.

పాఠకులు తమ స్వంత ఘనతత్వ ప్రయాణాన్ని ప్రారంభించడానికి ఎలా ప్రోత్సహించవచ్చు?

వారికి ఘనతత్వం యొక్క ప్రాముఖ్యతను నేర్పండి. ఘనతత్వం అనేది స్వీయ-గౌరవం, స్వీయ-ప్రేమ మరియు స్వీయ-సంరక్షణ యొక్క భావం. ఇది ఒక వ్యక్తి తనను తాను మరియు తన సామర్థ్యాలను విలువైనదిగా భావించడానికి సహాయపడుతుంది.

వారికి ఉనికి యొక్క శాశ్వత ప్రశ్నల గురించి బోధించండి. ఈ ప్రశ్నలు జీవితం యొక్క అర్థం, మరణం యొక్క అర్థం మరియు మానవ స్థానం యొక్క అర్థం వంటివి. ఈ ప్రశ్నలను పరిశీలించడం పాఠకులకు వారి జీవితాలలో మరింత అర్థాన్ని కనుగొనడానికి సహాయపడుతుంది.

వారికి స్వీయ-శోధన కోసం ప్రోత్సహించండి. ఘనతత్వం మరియు ఉనికి యొక్క అర్థం గురించి స్వీయ-శోధన ఒక వ్యక్తి తనను తాను మరియు తన చుట్టూ ఉన్న ప్రపంచాన్ని మరింత బాగా అర్థం చేసుకోవడానికి సహాయపడుతుంది.

పాఠకులు ఉనికి యొక్క శాశ్వత ప్రశ్నలతో ఎలా ముఖాముఖి కావచ్చు?

* వారి స్వంత అనుభవాల గురించి ఆలోచించండి. జీవితంలో మనం ఎదుర్కొనే సవాళ్లు మరియు మనం అనుభవించే ఆనందాలు మనకు ఉనికి యొక్క అర్థం గురించి చాలా చెబుతాయి.

* ఇతరులతో మాట్లాడండి. ఇతరుల అనుభవాలను వినడం మనకు ఉనికి యొక్క అర్థం గురించి విభిన్న దృక్కోణాలను అందిస్తుంది.

* సాహిత్యం, కళ మరియు సంగీతం వంటి సృజనాత్మక రూపాలను అన్వేషించండి. ఈ రూపాలు మనకు ఉనికి యొక్క అర్థం గురించి ఆలోచించడానికి కొత్త మార్గాలను అందిస్తాయి.